Searching Happy Ending

John Lloyd Patani

Ukiyoto Publishing

All global publishing rights are held by

Ukiyoto Publishing

Published in 2021

Content Copyright © **John Lloyd Patani**

ISBN 9789367951064

All rights reserved.

No part of this publication may be reproduced, transmitted, or stored in a retrieval system, in any form by any means, electronic, mechanical, photocopying, recording or otherwise, without the prior permission of the publisher.

The moral rights of the author have been asserted.

This is a work of fiction. Names, characters, businesses, places, events, locales, and incidents are either the products of the author's imagination or used in a fictitious manner. Any resemblance to actual persons, living or dead, or actual events is purely coincidental.

This book is sold subject to the condition that it shall not by way of trade or otherwise, be lent, resold, hired out or otherwise circulated, without the publisher's prior consent, in any form of binding or cover other than that in which it is published.

www.ukiyoto.com

First of all thanks to God.
I want to thank all my friends and family who are willing to help and support me and many many thanks to Ukiyoto Publishing house for fulfilling my dream of becoming a published author.
I also want to thank all my readers out there.
I love you DREAMERS.

Searching Happy Ending

Madilim ang paligid at malamig ang pulupoy ng hangin sa labas dahil sa malakas na ulan. Basa ang buong katawan ni Antony na pumasok sa kanilang condo, he doesn't care what Andrea say—his girlfriend. Kung mabasa man niya ang sahig ng kanilang condo. Kagyat niyang tinungo ang kwarto nila dahil batid niyang na roon ang kaniyang nobya. Nag-aapoy siya ngayon sa galit dahil sa nalaman. Napabuntong hininga pa ito bago niya padaskol na binuksan ang pinto ng kanilang kuwarto.

"Oh! Babe you're here, how's your work?" nakangiting bungad sa kaniya ng kaniyang nobya. Hinayaan niya lang na yakapin siya nito gaya nang nakaugalian nito, ngunit sa puntong iyon ay hindi niya ito niyakap pabalik bagkus ay nagpipigil lamang ito ng galit at gusto ng magwala.

Dahan-dahang kumalas si Andrea sa pagkakayakap nang mapagtantong hindi siya nito tinugunan pabalik. Nakayakap pa rin siya sa nobyo at tumingala ito para bigyan siya ng halik, ngunit gano'n na lamang ang pagkabigla nito ng biglang tinanggal ni Antony ang mga kamay nito sa pagkakayakap sa kaniya. She's pretending not to know the infidelity she committed with her boyfriend. At 'yon naman ang mas nagpaalab sa galit ni Antony.

"May nangyari ba sa inyo ni Vincent?" deretsyong tanong niya. Tinutukoy niya ang kaniyang matalik na kaibigan.

"What do you mean?" patay malisyang sagot nito sa kaniya.

"Yes or No Andrea! May nangyari ba sa inyo!?" Hindi na nito mapigilan ang galit sa kaniyang puso. Alam niya na ang tamang sagot dito but still, gusto niyang nalaman ito sa bibig mismo ng kaniyang kasintahan. Para siyang pinagsukluban ng langit at lupa sa puntong iyon, walang luhang makikita sa kaniyang mata, but god! It's hurt so bad, it's hurt him so f*cking bad!

"Antony..." Sa timbre ng boses nito ay alam na niya ang sagot. "Antony, let me explained," dagdag pa nito ngunit parang istatwang nakatayo ang bulto niya sa kinalalagyan nito ngayon. Nagsimulang bumuhos ang luha ni Andrea at unti-unting napaluhod sa harapan niya, wala siyang mukhang maihaharap ngayon sa nobyo dahil sa kahihiyan. Naging mabuti itong nobyo sakaniya ngunit ganito lang ang isinukli niya.

"Hindi naman ako nagkulang diba?" panimula niya. Halos mapaos na ito dahil sa pagpipigil sa kaniyang luha. "Hindi pa ba sapat?" dagdag niya habang nakatingin parin sa kawalan.

"I'm sorry Antony, I'm really sorry." Walang ibang bukam-bibig si Andrea sa kaniya kundi ang humingi nang tawad.

"I trust you Andrea, binigay ko ang lahat." Unti-unti nang umagos ang luha nito sa kaniyang mukha habang binabanggit ang katagang iyon. "Ngunit isang malaking pagkakamali pala ang mahalin ka." Ayon na lamang ang huling salita niya at nagsimulang magtungo sa damitan niya.

He gathered all his things. And leave Andrea.

Sinapo ni Erika ang kaniyang ulo habang nakatitig sa sinusulat na nobela. "Okay na kaya 'to?" mag-isang himutok niya. Pagkagising niya pa lang kaninang umaga ay wala na siyang ibang ginawa kundi ang kumain at humarap sa laptop niya.

"Erika!" Nabaling ang atensyon niya sa pinto ng kaniyang condo nang marinig niya ang pagkatok at pagtawag nang kaniyang kaibigan na si Emilia.

"Sandali lang!" sagot nito bago tumayo at lulugo-lugong nagpunta sa pinto upang pagbuksan ito. "Anong kailangan mo?" walang emosyong tanong niya rito. Napangiwi naman si Emilia sa kaniya dahil sa inasta.

"Grabe, umagang-umaga nakabusangot ka." Hindi na ito humingi nang permisyo para pumasok. Kagyat itong pumasok sa loob. "Hay naku Ekang! Para kang hindi dalaga," iritang anito nang masipat ang mga nakakalat na libro sa sahig.

"Stop calling me 'Ekang' Erika ang pangalan ko. Ang baho pakinggan 'e," aniya at nagsimulang pulutin ang mga nakakalat na libro sa sahig. Magdadalawang taon na siyang naninirahan dito simula nang magtrabaho siya bilang isang Author sa isang publishing company dito sa maynila. Hindi naman gano'n kaliit ang condo niya at hindi rin ito gaanong kalaki, sakto lang ito para sa tulad niyang mag-isa lamang. Naiwan ang kaniyang ina sa probinsya dahil hindi nito maiwan ang mga sakahan nila roon. Nasa wastong gulang siya noon nang masaksihan ang pag-iwan sa kanila ng kaniyang ama dahil sumama ito sa ibang kinakasama. Simula noon, ang kaniyang ina nalang ang mag-isang nagpalaki at nagtaguyod sa kaniya. Ninais niyang makita muli ang kaniyang ama ngunit sadyang hindi sila pinagtatagpo nang tadhana. Nagkanobyo ito noon ngunit nagkalabuan sila kaya lumubog ang relasyon nila. Nang dahil sa mga pangyayaring 'yon ng kaniyang buhay, naging mailap ang pag-ibig para sa kaniya. Maganda siyang dilag at marami rin ang nahuhumaling sa kaniya ngunit hindi ito interesado rito. Infact may hang-over pa siya sa kaniyang ex na mag-iisang taon niya nang hindi nakikita.

"Aba'y nagrereklamo ka pa 'e ang cute kaya," anito at nagtungo sa kusina. "Anong almusal natin today?" dagdag nito. Nasanay na siya na palagi siyang pinupuntahan ni Emilia para makikain, manggulo, makichika, yayain sa lakad at iba pa. Naging magkaibigan sila dahil magkatapat lamang ang kanilang condo sa isa't-sa. Siya lang ang nakakausap nito kapag meron itong saloobin o problema, madalas nga ay napapagkamalan silang magkapatid dahil sa sobrang lapit nila sa isa't-isa. That's how close they are to each other.

"Mayroon pa akong natirang hotdog at egg sa lamesa!" bulyaw niya at bumalik muli sa harapan ng laptop. Simula nung tumungtong ito sa highschool ay nakahiligan niya ng magsulat ng nobela, hanggang sa magcollage ito. Hindi naman talaga niya balak maging isang writer noon. Ginagawa niya lang itong libangan. Pagiging nurse talaga ang gusto niyang maging, ngunit noong natuklasan siya bilang isang magaling na Tragedy Author, naisip niyang gawing fulltime job ang pagsusulat. Kilala siya sa penname na Crying Pen, hango na rin siguro sa mga istorya niya na puro tragic ang ending. Hindi naman siya bitter, hindi lang talaga siya naniniwala sa 'happy ending'. Well her mom and his dad proved that happy ending only exist in fantasy, not in reality.

"Ano ba yan?" Nahimigan niya ang pagbalik sa kinaroroonan niya si Emilia. "Nagtratrabaho ka? Hindi mo ba alam kung anong araw ngayon?" anito at iritang tumitig sa katawan niya na para bang isang maruming basura. Lumingon naman siya rito at nakita niyang pinapapak nito ang hotdog na naiwan niya.

"Ano bang ganap? Mahal na araw ba?" biro niya. Tinaasan naman siya ng kilay nito.

"Feb. 14 ngayon at kung hindi mo alam. Araw ngayon ng mga puso" kinikilig 'pang paliwanag nito.

"Anong gagawin ko? Magsayang ng pera at magpunta sa kung saan?" tanong niya.

"Ah oo nga pala, wala ka palang kakilig-kilig sa katawan kahit kaunti," tudyo nito.

"Meron din naman. Kapag umiihi ako," birong sagot niya.

"Hay naku, sumama ka nalang samin ni Jake mamaya. Magpapakasaya tayo." suwestiyon nito. Tinutukoy nito ang kaniyang nobyo.

"Depende, kung nasa mood ako."

"Ewan ko sayo. H'wag mo kong sisihin kung mabulok yang petchay mo," untag nito at pareho silang natawa.

PARANG binibiyak ang ulo ni Felix dahil sa sakit ng ulo dulot ng hang-over niya. Wala kasi itong ginawa kagabi kundi ang magpakalunod at magpakasawa sa alak. Halos kakarating lang niya rito sa pinas dalawang araw makalipas dahil nagbakasyon ito sa ibang bansa kasama ang kaniyang ina. Well, para sa kaniya hindi ito simpleng bakasyon. Sumama siya sa kaniyang ina upang makalimot sa isang pangyayari. Sa tingin niya ay nakalimot naman ito. Ngunit parang nag-iba uli ang ihip ng hangin ng maalala niya muli ang mga nakalipas niya rito sa lugar na ito. Unti-unti nalang bumalik ang sakit sa kaniyang puso ng muling maalala ang kaniyang dating kasintahan. Sobrang mahal nila ang isa't-isa, kaya hindi nila parehong batid kung bakit bigla nalang naging malamig at lumabo ang relasyon nila. Sinubukan niyang pumasok muli sa isang relasyon 'nong naroon pa ito sa ibang bansa, ngunit hindi ito nagtatagal dahil hindi niya kaya. Mahal na mahal niya pa rin ang dating kasintahan na mag-iisang taon niya ng hindi nakikita. Ngayong andito na siya sa pinas, gusto niyang makita ito. Handa siyang ipagpalit ang lahat masilayan lamang ang kaisa-isang dalaga sa kaniyang puso.

Napabuntong hininga muna siya bago tuluyang tinungo ang banyo. Mabilisan itong naligo at kagyat ding bumaba. Nakita nitong nag-aagahan ang kaniyang ina at ama sa pahabang lamesa.

"Omo... Baby gising kana pala," bungad sa kaniya ng kaniyang ina, "come, join us," pag-aalok nito at agad naman niyang pinaunlakan.

"Ano na namang balak mo ngayong araw? Magpakalunod sa alak? Magpakasaya? O sumama sa barkada," sarkastong wika nang kaniyang ama, "wala ka bang balak pumasok sa kumpanya nat—"

"Felipe nasa harap tayo ng grasya" pagpipigil nang ina niya rito. Tanging pagbuntong hininga na lang ang nagawa ng kaniyang ama at nagpatuloy na sila sa pagkain.

Pagkatapos niyang nagpababa nang kinain agad na tinungo ni Felix ng kanilang garahe upang kunin ang bago nitong motorsiklo, ito ang nais niyang gamitin para sa paghahanap sa kaniyang dating kasintahan. Wala itong ideya kung saan ito nakatira at kung ano na ang balita rito, ni ultimong number nito ay hindi na rin niya makontak.

Halos magkawindang-windang na ang isip ni Felix dahil sa kakahanap sa lokasyon ng dating kasintahan. Halos lahat na yata ng kaibigan at dating lugar kung saan sila nagtatagpo nito ay napuntahan niya na, ngunit wala siyang nakuhang impormasyon kung saan talaga ang totong lokasyon nito. Palubog na ang araw sa mga oras na ito. Pagod na rin siya sa buong araw na kakamaneho. Napagtanto rin nito na araw pala ngayon ng mga puso, kaya maraming magkasintahan ang lumalabas at nagsasaya sa araw na ito. Nagmaneho siya patungo sa isang bar, balak niyang magpakasawa na naman sa alak upang makalimutan ang pagkadismaya sa araw na ito.

ANG lakas nang kabog ng dibdib ni Erika dahil sa lakas ng musikang tumutugtog dito sa loob ng bar. Iba't-ibang ilaw ang sumasayaw dito at lahat ng tao'y enjoy na enjoy habang lumalagok nang kaniya-kaniya nilang inumin. Hindi niya naman gustong sumama rito, sa katunayan 'e, hindi talaga siya umiinom dahil madali siyang tamaan. Napapayag lang ito ni Emilia dahil pati ang nobyo nitong si Jake ay inaya siya. Nahiya naman ito sa boyfriend ng kaibigan dahil sinundo pa sila para makasama lang silang dalawa.

"Erika! Bawasan mo naman yang inumin mo!" halos pasigaw nang wika ni Emilia dahil sa lakas ng musika na pumapalibot sa kanila.

"Baka malasing ako!" sagot niya. Tinawanan naman siya ng kaibigan.

"Maglasing naman talaga ang goal natin dito!" depensa niya. Hindi na niya ito sinagot at kinuha ang inumin upang lagukin iyon.

"Ayan! Cheers para sa kaibigan kong single!" sigaw ng kaibigan at itinaas ang isang baso na animo'y nakikipagcheers sa lahat.

"Tumigil ka nga Emilia nakakahiya!" aniya.

Halatang lasing na ang kaibigan niya dahil sa mga inaasta nito, marami na ring nainom ang nobya nito kaya hayun. Pareho silang parang mga batang nagsasayawan sa gitna. Nakailang baso na rin ito ng alak at nakakaramdam na rin ng pagkahilo. Tumayo siya dahil nakaramdam ito ng tawag ng kalikasan. Hindi niya na halos mapantay ang paglakad niya at pakapit-kapit na tinungo ang restroom.

Ganun na lamang ang pagkabigla nito ng hindi pa niya tuluyang nakapasok sa restroom ay may lalaking humawak sa kaniyang pwetan.

"Bastos—hik— Ka!" aniya at dali-daling sinunggaban ito ng isang malakas na sampal. Hindi parin niya mabalanse ang buong katawan dahil umiikot na ang kaniyang paningin. Napaupo siya sa may sahig na siyang ikinagulat niya.

"Ang kinis mo miss," mahihimigan ang pagkabastos sa tinig ng lalaki. Mas lalo siyang kinabahan ng bigla na itong humakbang papalapit sa kaniya. Ngunit bago pa ito tuluyang nakalapit sakaniya.

Nakita niya ang isang kamaong sumunggab dito. Hindi niya na alam ang sumunod na nangyari dahil kusa ng pumikit ang kaniyang mata ng hindi man lang namamalayan.

HINDI pa rin makapaniwala si Felix sa mga nakita. He is so speechless dahil hindi niya aakalaing makikita niya ang isang taong hindi niya inaaasahang makita sa lugar na ito. Nakakailang bote na ito ng beer ng maisipan niyang magbanyo. Hindi naman siya gano'n kalasing kung susuriin dahil hindi pa ito pagewang-gewang kung maglakad. Bago pa niya mapasok ang palikuran ng lalaki, nahagip ng kaniyang mata ang isang babaeng nakayellow dress sa di kalayuan. Alam niyang lasing ito dahil hindi na nito mapantay ang lakad nito. Ganun na lamang ang pagkagulat niya ng bigla nalang may isang lalaki ang nambastos dito.

"Bastos ka!" rinig niyang sigaw ng babae. Hindi na siya nag-atubiling magtungo sa kinaroroonan nila ng makitang napaupo na ng babae sa sahig. Isang malakas na suntok ang agad niyang pinakawala sa lalaki. Tumama ito sa kaniyang panga ngunit nanatili itong nakatayo, sumugod pabalik ang lalaki sa kaniya at aambangan siya nito ng suntok, ngunit agad itong nakaiwas. Isang malakas na suntok muli ang pinakawalan niya at tumama ito sa kabilang bahagi ng mukha nito at tuluyan ng natumba.

Binaling niya ang kaniyang paningin sa babae na ngayon ay nakapikit na ang mata na akala mo'y nakatulog na dahil sa pagkalasing. Ngunit ganon na lamang ang pagkagulat niya ng makita ang mukha ng babae'ng ito. Naalibadbaran siya sa kaniyang pagkalasing at paulit-ulit na kinurap ang mga mata upang matukoy kung totoo nga ang kaniyang nakikita. This girl… The girl he loved the most, the girl he want to marry, and that girl is now in front of him. Hindi ito lubos na makapaniwala. Wala paring pinagbago ang wangis nito noong huli silang nagkita. Bilugan parin ang mata nito, makinis ang mukha, even the body and the kissable lips. Hinding-hindi nito makakalimutan ang mga halik na pinagsaluhan nilang dalawa.

"Erika..." mahinang untag nito at mahinang ginungun ang bulto nito upang gisingin ang dalaga. Sa muling pagkakataon ay nahawan niya muli ang babaeng minsan nang bumihag sa kaniyang puso. At ngayon masasabi niyang mahal niya pa rin ito, kahit na anong pilit niyang kinakalimutan ang dalaga.

"Gusto ko ng... Umuwi" mahinang saad nito. Nasa timbre nito ang pagmamakaawa.

"Yes honey. We will," Felix respond. Sandali niyang ipinuwesto ang isang kamay sa batok nito at parang bagong kasal na binuhat niya ito at inilabas sa loob ng bar.

PARANG binuhusan nang malamig na tubig ang buong katawan ni Erika ng mapagtantong wala ito sa kaniyang kwarto. Luminga-linga ito sa paligid at hinilot ang sintido dahil sa sakit ng ulo, marahil ay dulot ito ng alak na ininom niya kagabi. Napatakip siya ng labi ng maalala ang kabastusang ginawa sa kaniya ng isang lalaki sa restroom. Mabilis niyang tinignan ang kabuohan niya, dahil iniisip na may nangyaring kababalaghan sa kaniya. Ngunit gano'n na lamang ang pagpapasalamat niya ng malamang walang nagalaw sa katawan niya. Marami pa ring katanungan ang sumisiksik sa utak niya ng biglang bumakas ang pinto ng kwartong iyon. Halos malaglag ang panga niya sa nakita. Para siyang naistatwa sa kinatatayuan niya nang makita ang isang taong may dalang isang tray ng pagkain. Hindi ito nagkakamali. It's Felix, ang dati niyang kasintahan, ang lalaking bumihag sa kaniyang puso. Ang dahilan kung bakit siya nagdusa ng isang taon. Ngunit bakit gano'n? Ni hindi man lang siya nakakaramdam ng pagkainis dito, bakit parang mas natuwa pa ang puso nito dahil muli niya itong nasilayan. Wala parin itong pinagbago, mistiso pa rin ang balat nito, maskulado pa rin ang kaniyang mga braso, ni ultimong pabango nito ay amoy na amoy niya sa kinatatayuan niya. Isa lang ang ibig sabihin nito. Mahal niya pa rin ang binata at masaya siya dahil nagtagpo muli ang kanilang puso.

Natigil siya sa pag-iilusyon ng maglakad ito palapit sa kinatatayuan niya. "Alam kung maraming katanungan sa isip mo, kumain ka muna bago ko isa-isang sagutin 'yan,"saad nito, at inilapag ang tray ng pagkain sa lamesa.

Inalok siya nitong umupo sa tapat nito. Wala naman siyang nagawa kundi ang paunlakan iyon. Nakayuko malamang siya sa lamesa at hindi ginagalaw ang mainit na lugaw sa kaniyang harapan.

"Hindi ako nagugutom,"aniya, "gusto ko lang malaman kung bakit ako narito?"tanong niya.

"Wala ka bang naaalala?"balik-tanong na sagot nito. Muli naman niyang inisip ang mga pangyayari ng gabing iyon, ngunit hindi niya talaga maalala ang mga nangyari.

"Well, gagamit sana ako ng restroom sa bar na pinuntahan ko kagabi,"panimula nito, "ngunit bago pa ako makapasok do'n, may isang dalaga akong nakita. Hindi ako nag-atubiling tulungan siya ng makitang binabastos siya ng isang lalaki. No'ng sandaling malapitan ko ito, sinabi niya sa aking 'gusto na niyang umuwi' ngunit hindi ko alam kung saan ang bahay niya kaya dinala ko na lang siya rito sa condo ko."Alam niyang siya ang tinutukoy nito kaya tumikhim ito.

"Sa-salamat,"anito. Sahalip na sumagot siya, tanging ngiti lang ang ginawa niya at pinagmamasdan nito ang kabuohan ng maamong mukha niya.

"Wala ka pa ring pinagbago Erika."Hindi niya batid kung saan siya kumuha nang lakas para sabihin ang katagang iyon. Kitang-kita sa mukha nito ang pagkabigla. "Napaganda mo pa rin tulad ng dati. Siguro nga isa akong hangal para sabihin ang katagang ito…"nahihimigan ang pagkasinsero sa kaniyang timbre,"hindi pa rin nagbabago ang pagtingin ko sayo Erika. Mahal pa rin kita."Gusto niya nalang magpalamon sa lupa ng masabi niya ang katagang iyon. Kitang-kita niya ang pamumula ng pisnge nito ngunit nananatiling itong walang imik.

"I have to go, marami pa akong aasikasuhin." Tumayo ito at aastang maglalakad patungo sa pinto, ngunit bago niya pa magawang humakbang hinawakan niya ito.

"Erika, can we talk?" nagsusumamong saad niya.

"Hindi ba pag-uusap itong ginagawa natin Felix?"

"Erika, let me explain. Alam kong napakalaki ng kasalanang nagawa ko, natakot ako Erica. Hindi ko alam kung ano ang dapat gawin no'ng araw na 'yun." Unti-unti niyang binitawan ang kamay nito. Yumuko ito at iniling-iling ang ulo. Alam niyang mababaw lang ang mga luha ni Erika, ngunit sa tagpong ito alam niyang nagpipigil lamang ito.

"Limang taon Felix, limang taon. Hindi ko alam kung bakit? Paano? Nagawa mong ipagpalit ang lahat dahil lamang sa naguguluhan ka?" nasa timbre nito ang matinding kalungkutan.

"I'm really sorry Erica, huli na nang mapagtanto kong kulang ako kung wala ka. Pinilit kong limutin ka, masakit at mahirap. Pumasok ako sa mga relasyon ngunit nauuwi lang sa wala. Hindi ako masaya, alam kong may kulang sa 'kin Erika, simula no'ng pinutol natin ang lahat ng ugnayan natin hindi ko alam kung saan magsisimula. Pero isa lang ang alam ko Erika, mahal pa rin kita at kailan man hindi 'yun magbabago."

"Ang sarap pakinggan 'yang mga inuuntag mo ngayon Felix. Pero hindi mo lang ba naisip kung gaano ako nadurog sa mga katagang binitawan mo noon?" Base sa timbre nito, hindi na lungkot ang nararamdaman nito kun'di poot at galit. Hindi niya rin masisisi kung ganito na lamang ang inaasta nito ngayon, sobrang nadurog silang pareho dahil sa kagagawan niya. Mas pinili niyang talikuran ang lahat ng pangako dahil lang sa natatakot ito sa commitment, at ngayon nakikita niya ang mga naging resulta ng mga pagkakamali niya. Nawala ang taong minsan nang bumuo sa pagkatao niya, nagdurusa siya dahil sa paglayo nito sa kaniya, naging mahina siya at 'yun ang dahilan kung bakit paulit-ulit siyang nasasaktan ngayon.

"Mauuna na ako," dagdag niya.

"Ihahatid na kit—"

"Kaya kong umuwi mag-isa."

"Erika, please. Gusto pa kitang makausap, kahit ilang minuto. Kahit ilang minuto pa Erika," punong-puno ng pagmamakaawa sa tinig niya. Nag-angat naman ng tingin si Erika na animo'y nag-iisip.

Maya-maya pa ay tumango ito at nagpatiunang lumabas.

Rimihistro ang matamis na ngiti sa mukha ni Felix, daig niya pa ang batang binigyan ng napakaraming candy dahil sa sayang naramdaman niya ngayon.

Hindi mawala sa isip niya na mero'n pa rin siyang puwang sa puso ng dalaga, baliw man siya upang isipin ang mga bagay na iyon kahit wala siyang pinanghahawakan hindi niya iyon mapigilan dahil mahal na mahal niya talaga ang dalaga.

HINDI batid ni Erika kung ano ang isasagot sa mga katagang 'yun ni Felix. Alam niya sa sarili niya na mahal niya parin ito. Samakatuwid, pareho silang mahal pa ang isa't-isa. Hindi ba dapat siyang magdiwang dahil mas lumaki ang pag-asang magkakabalikan sila? Bakit mas lumutang ang takot sa kaniyang puso't isipan. Takot na baka muli siyang masaktan, takot na muli siyang mapag-iwanan. Takot na baka hindi maging happy ending ang kwento na gusto niyang simulan.

"Salamat sa paghatid," saad niya ng makababa siya sa kotse nito. Pinilit niyang huwag na siyang ihatid nito ngunit mapilit talaga ito kaya wala siyang nagawa kundi pumayag dito. Ayaw niya na sanang malaman nito kung saan siya nakatira dahil alam niya kung anong klaseng tao si Felix. Hindi ito titigil hangga't hindi nakukuha ang gusto.

"Erika." Sandali siyang natigil sa paglisan ng tawagin siya nito. "Alam kong may puwang pa 'ko riyan sa puso mo. Mahal pa rin kita Erika kahit anong gawin kung paglimot sayo, maghihintay ako hanggang sa dumating ang araw na mabigyan mo uli ako ng pangawalang pagkakataon." Hindi na siya nag-atubiling lumingon dito, sandali lang siyang napahinto at nagsimula muling maglakad papasok sa loob ng condo niya. Kagyat niyang isinara ang pinto at sumandal dito. Nagsimulang tumulo ang mga luha niya, hindi niya batid kung bakit? Ang tanging alam niya lang ngayon ay ang mabigat na pakiramdam sa dibdib niya. Gusto niyang saktan ang sarili niya, dahil isang taon niyang sinanay ang sarili niya na wala ito. Sinubukan niyang magalit dito at kasuklaman dahil sa mga araw na umiiyak siya dahil sa mga ala-alang iniwan nito sa kaniya. Ngunit bakit? Bakit no'ng andito na ang taong kinasusuklaman niya, parang umurong ang tapang niya, nawalan ng tulis ang ispadang hinasa niya ng isang taon.

Nawala ang poot sa kaniyang puso't isipan ng makita ito. Tanging saya lang ang naramdaman niya ng muli niya itong masilayan. Gusto niya itong halikan at hagkan, gusto niyang sabihin na mahal na mahal pa rin niya ito hanggang ngayon. Siguro nga ay isa siyang hangal para maramdaman ito.

LUMIPAS ang dalawang linggo at hindi nga siya nagkamali ng iniisip dahil araw-araw na dumadalaw sa condo niya si Felix. Hindi niya ito pinagbubuksan ng pinto kahit anong pakiusap nito. Minsan pa nga ay maghapon itong nakatambay sa harap ng condo nila kahit pa tirik ang araw. Dalawang linggo na rin siyang hindi nakakasulat nang nobela. Naging kupado ang kaniyang isipan dahil kay Felix. Minsan gusto niya nalang umiyak nang umiyak kapag nakikitang nahihirapan ang binata dahil sa ginagawa niya. Pilit niyang ipinapaintindi sa binata na wala na itong nararamdaman para sa kaniya—ayon ang malaking kasinungalingan na sinabi niya sa buong buhay niya. Dahil ang totoo ay mahal niya pa rin ito, natatakot lamang siya sa pwedeng mangyari sa kasalukuyan.

Nakadungaw siya ngayon sa bintana habang pinagmamasdan ang mga patak ng ulan sa labas. Malamig ang pulupoy ng hangin na yumayakap sa kaniya. Maya-maya pa ay nakita niyang paparating ang kotse ni Felix, huli na para magtago ito dahil nakita na siya ni Felix na kagyat na bumababa sa kotse at waring walang pakielam sa buhos ng ulan.

"Erika! Kausapin mo naman ako!" halos pasigaw nang tawag nito dahil sa lakas ng ulan at may pabadya-badyang kulog. Nakatingala ito at ginagamit ang kaliwang kamay para protektahan ang mata sa mga butil ng ulan.

"Hindi ka pa ba nagsasawa Felix! Wala na akong nararamdaman para sa 'yo." Para siyang sinasaksak sa mga sariling iniuuntag niya.

"Hindi ako naniniwala Erika! Alam kung mahal mo rin ako, mahal kita Erika! Mahal na mahal pa rin kita kahit pa wala akong pinanghahawakan!" sigaw nito.

Hindi na napigilan ni Erika ang mga luhang kanina pa gustong kumawala. Mahal na mahal rin kita Felix sa loob-loob niya.

"Maghihintay ako Erika!" Sandali pa itong napahinto dahil sa ubo. "Hihintayin kita hanggang sa bigyan mo ulit ng pagkakata—" Hindi na naituloy nito ang sasabihin ng bigla itong inubo ng tuloy-tuloy at napaupo sa kalsada na para bang nahihirapan itong huminga, marahil dahil sa lakas ng ulan at basang katawan.

Nanlaki naman ang mata ni Erika ng makita niya ito. Hindi lingid sa kaniyang kaalaman na may sakit na hika si Felix.

"Felix!" sigaw nito mula sa taas ngunit wala siyang nakuhang sagot. Mas lalo siyang kinabahan. Kagyat niyang kinuha ang payong sa may pinto at hindi nag-alinlangang lumabas.

"Felix! Ayos kalang? Felix ano ba?" nag-aalala ng saad niya dahil patuloy pa rin ang paghinga ng mabilis ni Felix na parang mauubusan ng hininga.

"Tulong! Tulungan niyo kami!" Wala na siyang pakeilam kung makabulabog man ito sa mga kapitbahay. Ang tanging iniiisip niya lang ngayon ay ang kaligtasan ng lalaking mahal niya.

"Felix…" muli niyang wika at hinagkan ito ng mahigpit.

HINDI batid ni Erika kung ano na ang gagawin niya matapos niyang isugod si Felix sa hospital. Basa ang buong katawan nito dahil sa ulan, nilalamig na rin siya ngunit hindi niya ito iniinda. Bagkus ay kailangan niyang malaman ang kalagayan at makasigurong ligtas si Felix.

"Erika!" Napalingon siya sa bandang tagiliran ng tawagin ang pangalan niya. Si Emilia, "ano bang pinaggagawa mo sa sarili mo?" bungad nito sa kaniya. Inilabas agad ng kaibigan ang isang twalya at iniabot sa kaniya. Nagtungo ito sa palikuran upang magpalit ng damit.

"Salamat," aniya. Pagkalabas ng banyo.

"Ano ba talaga ang nangyare?" tanong sa kaniya ng kaibigan nang makabalik sila sa harapan ng kwarto ni Felix. Wala na itong nagawa kundi sabihin ang buong detalye, mula sa unang pagkikita nila ni Felix.

"Sorry bes…" Hindi niya alam kung bakit bigla nalang humihingi ng tawad ang kaibigan nito.

"Para saan?" takang tanong niya.

"Dahil hindi man lang kita nakumusta, masyado kasi akong naging busy sa work," paliwanag nito. Magdadalawang linggo na rin siyang hindi dinadalaw nito, ngayon ay alam niya na ang dahilan.

"Ano kaba naiintindihan kita," sagot niya. Ngumiti ito ng malapad at nagyakap sila.

"Kung mahal ka pa niya bakit hindi mo ulit siya pagbigyan ng pagkakataon? Para mapatunayan ang sarili niya," tanong muli ng kaibigan. Unti-unting nawala ang ngiti sa mga labi niya.

"Natatakot ako Emilia, natatakot ako na baka masaktan uli ako. Natatakot ako na baka wala talagang 'happy ending' sa dulo ng aming kwento." Malamig ang timbre nito habang sinasabi ang mga katagang iyon sa kaibigan. Hinawakan ni Emilia ang kamay niya.

"Alam mo Erika, walang bagay o tao na perpekto sa mundong ito. May mga bagay na dapat may isakripisyo para makuha ang isang luho. Kung nag-aalanganin ka sa magiging resulta ng gagawin mo, h'wag mong isipin ang magiging dulo nito. Sundin mo kung anong gusto ng puso't isipan mo, maging masaya ka sa kung anong meron ngayon sayo. Walang sinuman ang makakapagsabi kung ano ang mangyayari sa buhay ng tao, ngunit ang mahalaga ay naging masaya ka at hindi pinagsisisihan ang anumang desisyong gagawin mo." Binigyan siya nito nang malawak na ngiti. Ngayon mas naliwanagan ang isipan niya para sa gagawing desisyon.

Maya-maya ay lumabas ang doctor mula sa kwarto ni Felix.

"Good afternoon," masiglang bati sa kanila ng doctor.

"Magandang hapon po, kamusta na po si Felix?" agad na tanong niya.

"Okay na po ang pasyente, sa katunayan ay gising na siya," wika nito.

"Maraming salamat po," aniya. Tumango naman ang doktor bago tuluyang umalis. Sandali pa itong napatingin sa kaibigan.

"Ayusin niyo na ang dapat ayusin Erika, habang maaga pa" paalala sa kaniya nito. And she was right.

Napabuntong hininga muna siya bago kumatok sa pinto at pumasok. Nadatnan niyang nakasandal si Felix sa kama nito. Gulat na gulat itong tumitig sa kaniya.

"Erika..." hindi makapaniwalang wika nito. Sinara muna ni Erika ang pinto bago umupo sa may gilid ng kama nito.

"Kumusta ang pakiramdam mo?" tanong niya.

"Ayos lang," kiming sagot sa kaniya ni Felix, "Erika..." nananantiyang untag nito. "Alam kung marami akong naging pagkukulang, alam kung malaki ang galit mo sakin. Alam ko kung gaano kita nasaktan." Kinuha nito ang kaliwang kamay niya. "Sana mabigyan mo uli ako ng pagkakataon para mapatunayan ang sarili ko."

Tumingin siya sa mga mata nito. "Walang araw na hindi kita naalala Felix," panimula nito, "simula nung araw na binitiwan natin ang kaniya-kaniyang pangako, wala akong ibang hiling kundi ang makita kang muli." Ngumiti siya rito habang nakatitig nang deretsyo sa kaniyang mga mata. "Nagsimula akong kasuklaman ka, kalimutan ka at isipin na wala kana talaga. Pero no'ng muli kitang makita, hindi ko alam kung bakit tanging saya lang ang naramdaman ko. Walang bahid ng pagkainis o galit. Siguro nga masyado akong martir para sabihing mahal pa rin kita. Pero di ko kayang nagsinungaling sa sarili ko, dahil ayon ang totoo."

"Kulang ang salitang 'mahal na mahal kita' para ipaliwanag ang nararamdaman ko para sayo Erika. Sobrang tanga ko sa part na pinakawalan kita, at yun ang dahilan kung bakit ako araw-araw na nagdudusa. Bigyan mo lang ako nang isa pang pagkakataon Erika. I've laid down my cards and I'm passing the pen to you. Ikaw na lagi ang pakikigan ko, basta payagan mo lang na makapasok muli ako sa kwento ng buhay mo." Nag-isip siya sandali. She was still scared but she was also still inlove with him. Papatagalin niya pa ba ang gusto niya rin namang mangyare?

"No secrets and lies?"

"No secrets and lies," pag-uulit nito.

"Bilisan mong magpagaling diyan. Sisimulan na natin ang masayang kabanata ng ating kwento," Malawak ang mga ngiti sa labi nila.

"Yes honey, we will." Hindi nila namalayang naglapat ang kanilang mga labi. Parang may kaganapan sa kanilang puso dahil sa lakas ng mga kabog nito. Napakaespesyal ng halik na ito para sa kanilang dalawa, kay tagal nilang inasam ito. Sing-tamis parin ito gaya ng dati. Wala na siyang pakielam sa 'happy ending'. Ang mahalaga magkasama sila at parehong masaya.

WOW naman bess, ang ganda ng awra natin ngayon ah," manghang-mangha ang kaibigan habang pinagmamasdan si Erika. Ilang taon na rin ang lumipas at sa bawat araw na lumipas mas lalong tumibay at naging maganda ang pagkakaibigan nilang dalawa.

"Ibang-iba kana talaga bess," dagdag nito. Napatigil naman sa pag-aayos ng sarili si Erika dahil sa katagang iyon ng kaibigan.

"Bakit naman?"

"Eh kasi look oh." Tinuro nito ang kabuohan ni Erika, "nag-aayos kana, hindi kana kill joy and guess what? Ikaw na ang excited ngayon sa valentines," walang prenuhang anito.

"Alam mo na, maraming nagagawa ang pag-ibig."

"Kunsabagay," pagsasang-ayon ng kaibigan. "Pero teka, isa nalang ang alam kung hindi pa rin nagbabago sa 'yo,"

"Ano?" takang tanong niya.

"Don't tell me ayaw mo pa rin magsulat ng mga nobelang happy ending ang dulo?" Nahihimigan sa kaniyang kaibigan ang pagkaseryoso nito habang hinihintay ang isasagot niya.

"Susubukan ko, tutal lagi mo namang nirerequest sa akin ang mga ganyan. Why not?" sagot niya. Halos mapunit ang labi ng kaibigan ng marinig ang sinabi niyang iyon. Tumalon-talon pa ito habang tumitili.

"Seryoso bess? Omg!!"

"Oo nga, bakit ayaw mo ba?"

"Gusto, gustong-gusto!!"

"Oh ba't paran—" Natigil kami sa pag-uusap ng marinig namin ang sunod-sunod na pagkatok sa pinto. Nabaling ang nga atensyon namin sa pintuan.

"Speaking of 'pagbabago' mukhang nandyan na yata ang nga prince charming natin," excited na anito at agad na bibuksan ang pinto.

Hindi nga nagkamali sa hinala ang kaibigan niya dahil tumambad sa kanila ang bulto ni Felix at ang kasintahan ng kaibigan.

Agad na lumapit si Felix sa kinatatayuan niya at niyakap ito ng mahigpit, niyakap niya rin ito pabalik.

"I miss you," malambing na saad nito.

"Ay sus, ilang oras lang tayo hindi nagkita."

"Basta namiss kita, are you ready?" tanong nito.

"Saan mo ba kase ako dadalhin?"

"Just trust me."

"Erika mauuna na kami," biglang baling sa kaniya ng kaibigan. "May date pa kami ng bebe boy ko 'e," natatawang anito. Tumango lamang si Erika at muling humarap kay Felix na ngayon ay halos mapunit ang mga labi dahil sa malawak na ngiti.

"Lets go?" Pag-aabot nito ng kamay, ngumiti siya at walang atubiling paunlakan iyon. Nakangiti silang pareho at magkahawak kamay na lumabas ng condo.

Ilang oras ang lumipas at natagpuan nila ang kanilang sarili sa malawak na bukirin, kay gandang pagmasdan ang pasikat na araw at ang sarap sa pakiramdam ang hangin na dumadambi sa kanilang balat.

Napagkuwan ay tinungo nila ang mataas na bahagi kung saan may nakatirik na malaking puno. Habang pinagmamasdan niya ang malawak na bukirin naramdam niyang niyakao siya patalikod ni Felix.

"Ilang taon na rin ang lumipas honey, 'di ko inaasahan ang lahat ng ito," malambing na anito habang nakapatong ang ulo nito sa balikat niya.

"Tayo pa rin kaya hanggang dulo?" maya-maya ay saad muli nito.

"Alam mo Felix, isa sa mga natutunan ko sa aking buhay. Wala talang nakakapagsabi kung ano ang magiging dulo ng lahat, dahil hindi natin alam kung saan magtatapos ang lahat at higit sa lahat matatapos man ng isang bagay dahil mayriong dahilan, ngunit hindi ibig sabihin nito ay malilimot na rin narin lahat ng nasimulan. Marating man nating ang dulo, nakakasiguro akong hindi natin makakalimutan ang simula at gitna nito." Mahabang saad niya.

"I love you Erika."

"I love you too Felix." Magkahawak kamay silang nakangiti habang pinagmamasadan ang pasikat na araw.

PALUBOG na araw sa mga oras na ito, kasalukuyang nakaupo si Erika kasama ang nobyo sa balkonahe ng kaniyang condo habang pinagmamasdan ang mga bituin sa kalangitan.

"Napakaganda," maya-maya ay saad nito. Nanatili pa ring nakatingin si Erika sa kalangitan.

"Tama ka," sagot niya. Ngunit bigla itong natulala nang bumaling ito sa gawi ni Felix na kanina pa nakatitig sa kaniya.

"Wala nang mas gaganda pa," anas nito at dahan-dahang inangat ang kamay nito at hinawi ang mga buhok sa kaniyang tenga.

Hindi nagawangigalaw ni Erika ang buong katawan niya dahil sa ginawa nitong iyon. Ramdam niya rin ang pag-init ng kaniyang pisngi. Mas lalong bumilis ang tibok ng puso nito ng bigla nitong iginaya ang ulo niya sa may dibdib nito, amoy na amoy nito ang pabango nito.

"Erika, puwede ba akong humingi ng pabor sa 'yo," tanong nito. Ngumiti ito ng malawak at matamis na tumitig sa kaniya.

"Puwede ko bang hilingin na maging sa 'kin ka nalang hanggang sa mga huling araw ko dito sa mundo, hindi kase ako kumpleto kapag wala ka sa tabi ko. Kung puwede lang na maging anino mo na ako para lang makita kita sa bawat pagmulat at pagpikit ng mata ko. Erika hayaan mong araw-araw kitang pangitiin, dahil wala na akong gusto pang gawun kun'di ang bumuo ng ala-ala kasama ka. Sa dinami-dami na siguro ng mga nagawa kong mali dito sa lupa, may isang bagay na kahit pagsukluban ako ng langit at lupa hinding-hindi ko ipagpapalit sa kahit ano pa. Alam mo kung ano 'yun?" Nagangat siya ng tingin at nagsalubong ang mga tingin.

"'Yun ay ang pagmamahal ko sa 'yo Erika."

"Hay naku Felix parang mamaalam kana ah," natatawang saad niya at umayos ng pagkakaupo. "Baka langgamin tayo dito," dagdag niya.

"Ay sus, kunware pa si Ekang 'e yang pisngi mo daig pa ang pula kaysa diyan sa kulay ng labi mo," tudyo nito.

"Chee!"

"I love you..." malambing ang timbre nito habang binabanggit ang katagang iyon.

Hind siya sumagot at kunwareng nagtatampo.

"I love you..." pag-uulit nito. Hindi parin siya umimik. "I love you, i love you, i love you, i love—"

"Oo na," pagpuputol niya.

"What? Anong oo na honey?"

"Oo nga."

"What do you mean?"

"I love you too."

"What? I can't hear."

"Tigilan mo 'ko Felix."

"Just kidding, i love you more, more more more." Yumakap ito nang mahigpit sa kaniya.

"Ang tampuhin naman ng crying pen ko," napangiti siya ng banggitin nito ang penname niya. Sandaling nabalot ng nakakabinging katahimikan ang bawat isa habang nakayakap sila sa isa't-isa.

"Ahm... Felix may tanong ako," pagbasag niya ng katahimikan, "kung papipiliin ka. Anong mas gusto mo? Story that ends with Happy ending or story that full of tragedy?"

"I hate tragic ending, kaya do'n ako sa happy ending," sagot nito. Sandaling napaisip si Erika.

"Bakit mo ba natanon—" Hindi pa nito natatapos ang sasabihin ng biglang kumalas si Erika sa pagkakayakap.

"Can i ask a favor?" tanong niya.

"Anything," sagot nito.

"Puwede mo ba akong samahan sa kuwento kung saan masaya ang wakas?"

"Sure, why not?" sagot nito na may ngiti sa kaniyang labi. Pinagmasdan nila ang malawak na kalangitan habang magkahawak ang kanilang mga kamay.

Maulang hapon ang sumalubong kay antony pagkarating niya ng kaniyang condo. Ilang taon na rin ang lumipas at masasabi niyang medyo okay naman na siya sa mga nangyari sa kaniyang buhay.

Hindi niya pa tuluyang nabubuksan ang pintuan ng kaniyang condo nang biglang tumunog ang selpon niya mula sa kaniyang bulsahan. Agad niya itong kinuha at sinagot ang tawag.

"Antony! Kumusta kana?" boses mula sa kabilang linya.

"Oh pareng Jun, napatawag ka?" masiglang aniya.

"Ahm... Pare busy ka ba ngayon?"

"Hindi naman," sagot niya. Rinig niya ang pagbuntong hininga ng kaibigan mula sa kabilang linya.

Matagala pa bago ito nagsimula kaya naisip niyang buksan na ang pinto ng kaniyang condo.

"Si Vincent kase..." Hindi niya inaaasahang mabitawan ang susi ng kaniyang condo. Batid niyang narinig ito ng kaibigan mula sa kabilang linya. *"Alam ko 'yung naging issue mula sa inyong dalawa. Pero gusto ko lang ipaalam sa 'yo na mayroon siyang iniinda ngayon. Hindi namin alam kung ano kaya nais sana naming bisitahin siya kasama ng ibang tropa,"* paliwanag nito. Nanatili siyang walang imik at hindi alam kung ano ang isasagot.

"Ahm... Ayos lang kung hindi ka makasama maiintindi—"

"Kailan ba?" pagpuputol niya.

"Se-Seryoso ka ba?" nasa timbre nito ang pag-aalala.

"Oo, kailan ba?"

"Bukas sana pre, sunduin ka nalang namin."

"Sige, then see you tomorrow?"

"Sige pre." Ayon na lamang at binaba na niya ang tawag.

Agad itong nagtungo sa kusina at uminom ng malamig na tubig.

Alam niyang sobra itong nadurog dahil sa pangyayaring kaibigan niya mismo ang may gawa. Ngunit hindi rin niya nakakalimutan kung ano ang mga pinagsamahan nila, bilang isang kaibigan. Gulong-gulo ang kaniyang isipan na humilata sa kaniyang kama, hindi niya na rin namalayan ang paglalim ng kaniyang tulog.

TULAD na nga nang napag-usapan, kinaumagahan ay sinundo siya ng kaniyang barkada sa kaniyang condo. Tahimik silang magbabarkada habanng nakalulan sa puting van na minamaneho ni Jun.

"Kumusta kana Antony? Long time no see" saad ni Kalil, isa sa mga kaibigan niya.

"Ayos naman kayo? Kumusta mga buhay niyo?" sagot niya.

"Ayos naman."

"Ito, pogi pa rin."

"Ito, buhay may asawa." iba't-ibang sagot nilang lahat.

Napalalim pa ang kuwentuhan nila at hindi nila namalayang narating na nila ang hospital kung saan kasalukuyang nakaconfined si Vincent.

Maya-maya ay narating na rin nila ang kwarto ni Vincent. Gulat siyang napatitig ng huminto silang lahat at tumitig sa kaniya.

Nakuha niya naman ang gusto nilang ipahiwatig, kumatok muna siya bago binuksan ang pinto.

Tumambad sa kaniya ang bulto ni Vincent na puno ng aparato, nasa gilid din ang kaniyang ama't ina. Kitang-kita sa kanilang mga mata ang kalungkutan at pag-aalala.

"Magandang umaga po," pagbati niya. Ngumiti naman sila. Tumayo ang ina nito at lumapit sa kinalalagyan ni Vincent.

"Anak may bisita ka," saad nito, nagsimulang maglakad papalabas ang mag-asawa habang si Vincent ay pinipilit na imulat ang kaniyang mata.

Nabaling ang tingin niya sa likod ng biglang tapikin ng ama ni Vincent ang balikat niya at ngumiti ng malapad.

"Anton?" pagtatawag nito sa palayaw niya, napalingon siya at unti-unting lumapit sa kinalalagyan nito. Halo-halo ang nararamdaman niya sa puntong ito.

"Tol, I'm really really sorry. Patawad, wala akong mukhang maiharap sa 'yo Anton. Patawad, patawad," maluha-luhang saad nito, hindi na rin niya napigilan ang lumuwa hindi lang sa nakikita nito ang kalagayan ng kaibigan, kun'di dahil sa ilang taong galit nito sa kaniya at paglimot sa pagkakaibigan nilang dalawa.

Hinawakan niya ang kamay ng kaibigan.

"Tol, wala na 'yun. Kalimutan na natin ang mga bagay na 'yon, gusto ko ring humingi ng tawad sa 'yo dahil naging sara ako sa mga explinasyon," sagot niya.

"Ganito pala sa pakiramdam kung malapit kanang mawala rito sa mundo, we realized our mistakes, sins at mga pagkukulang natin."

"Vincent, hindi pa naman huli ang lahat puwedeng pang itama ang magkakamali. 'Di ba nga ang sabi mo "huwag mong isipin ang problema, bagkus ay hanapan mo ito ng solusyon". Life is full of trials and errors, but it will happened with reasons."

"*I have cancer in kidney, stage 3. Ang gusto ko nalang gawin ngayon ay itama at punan ang lahat ng magkukulang ko, dahil hindi ko na alam kung hanggang kailan pa ako dito, kungilang segudo, minuto o oras pa ang itatagal ko,*" *saad nito habang nakatingin sa kawalan. Nabalot ng kalungkutan sa loob-loob ni Antony, ramdam niya ang kalungkutan ng kaibigan.*

"*Huwag kang magsalita ng ganyan Vincent.*"

"*Gusto kong punan lahat ng pagkukulang ko. Anton may kailangan kang malaman.*"

MAKUKIMLIM *ang kalangitan habang wala sa sariling naglalakad si Antony patungo sa isang lugar, blanko ang kaniyang isipan at halo-halong emosyon ang kaniyang nararamdaman.*

Maya-maya ay nakarating na rin siya sa isang parke, mangilan-ngilan na rin ang mga tao rito dahil palubog na rin ang araw. Umupo siya sa isang upuan na gawa sa bato

Hindi niya alam kung ano ang mararamdaman niya matapos malaman ang isang importanteng bagay.

Naiinis siya sa kaniyang sarili, sobrang bigat ng pakiramdam niya na animoy gusto nalang magwala.

Naramdaman niya nalang ang mga patak ng butil ng ulan sa kaniyang balat

Napagdesisyunan niya ng umalis ng biglang nahagip ng kaniyang mata ang isang pamilyar na mukha. That girl he really missed, the girl he loved the most. Dala nito ang kaniyang bag at mukhang aalis na rin.

Parang may sariling buhay na naglakad ang nga binti ni Antony papalapit sa gawi nito bawat hakbang niya ay siyang bilis ng pagtibok ng kaniyang puso.

Dito sa lugar na ito sila unang nagkita, at hindi niya aakalaing pumupunta pa rin dito ang dalaga.

"*A-Andrea...*" *pagpipigil niya, napahinti naman ang dalaga at ilang segundo pang nanatiling nakatalikod sa kaniya bago ito lumingon. Ngumiti ito, ngunit kitang-kita na pilit lamang iyon.*

"*Antony, kumusta kana?*" Gano'n pa rin ang boses nito, malambing, malumanay at babaeng-babae ang timbre.

"*Ganito pa rin, as always. Parang wala namang nagbago. Ikaw kumusta kana?*" saad niya.

"*Heto buhay pa naman.*"

"*Its nice to see here.*"

Nguniti lang ito, nabalot sila ng nakakabinging katahimikan.

"*Well, ahm... Mauuna na ako?*" Halata sa kilos nito na hindi ito mapakali. Makapal ang punong nakatirik sa kinatatayuan nila kaya mangilan-ngilan lang ang mga butil ng ulan sa dumadapo sa kanila.

Aasta na itong hahakbang papalayo, ngunit hindi na mapigilan ni Antony ang kaniyang sarili.

"*Andrea! I really missed you.*" Natinag naman ito sa paglisan. Parang may kung anong gustong ipahiwatig ang kalawakan dahil mas lalong bumuhos ang ulan.

Pagkagulat at kasiyahan ang bumalot sa buong katawan niya ng makita ang bulto ni Andrea na tumatakbo papunta sa kinaroroonan niya. Gusto niyang salubungin ito ngunit parang namanhid ang buong katawan niya dahil sa pangyayaring iyon.

Natagpuan nalang nila ang kanilang sarili na mahigpit na nakayakap sa isa't isa.

"*Matagal ko nang gustong gawin ito,*" saad nito habang humahagulhol at mahigpit na nakayakap sa kaniya. Hindi niya na rin napigilan ang mga luhang kanina pa gustong kumawala.

"*I'm sorry, I'm really really sorry, dahil nasasaktan kita. Dahil sa hindi pag-iintindi sa 'yo. Malaking pagsisisi ang tanging naramdaman ko nang malaman ang pangyayating iyon. Patawarin mo 'ko Andrea. Patawad.*"

"*Wala kang dapat hingin ng tawad, ako ang nagkusot sa hinabi nating higaan, ako ang nagrumi sa malinis na usapa. Ako yung dahil kung bakit ngayon ay pareho tayong nasasaktan.*" Mas lalong humigpit ang yakap nilang pareho, wala silang pakialam kung mabasa man ang kanilang mga katawan.

"Pero hindi pa naman huli ang lahat diba? Puwede kopa bang hilingin kay bathala ang pangalawang pagkakataon. Handa ka pa bang muli akong mahalin?" tanong nito.

"Ni minsan hindi ko nagawang magalit sa 'yo. Palagi kong hinihiling ang kaligtasan mo. Hindi ko alam kung ano ang gagawin ko ng malaman ang katotohanan," napatigil ito at nag-isip.

"Bago man ako mawala sa mundong ito, gusto ko 'tong sabihin sa 'yo. Wala na akong pakialam kung kasuklaman mo ako. No'ng gabing iyon, wala talagang nangyati sa amin ni Andrea. Alam kung mahal na mahal ka niya at hindi ko maikaila na may pagtingin ako sa kaniya kaya nagawa kong gumawa ng kuwento para magkasira kayo. Pero sa huli ikaw pa rin ang pinili niya, mas ginusto niyang mapag-isa. Sobrang laki ng nagawa kong kasalanan sa 'yo Antony. Wala na akong karapan upang sabihin ito, pero sana kahit siya nalang ang patawarin mo. Dahil wala na akong karapatang patawarin mo."

"Masyado tayong naging mainit sa pagsubok ng buhay, hindi natin nakita ang mga bagay na dapat punan. Mahal na mahal kita Andrea, kaya handa kitang samahan at ibalik lahat ng ala-ala." Nakangiti silang pareho, at handa ng magsimula ng panibagong yugto.

Kasabay ng paghupa ng ulan, mga kalungkutan at hinagpis ay unti-unting nawala sa kanilang kalooban. Ang pagsikat ng araw na nagsisilbing tanda, para sa panibagong umaga na naghihintay sa kanilang dalawa.

"THIS IS AMAZING!!!" bulaslas ng manager habang nakatuon ang paningin sa lapyop nito. "Hindi ko aakalaing gagawa ka ng isang Romance story na may masayang katapusan like i love how you creat your stories with tragic ending, its full of emotions. But god! I don't realized na gagawa ka ng ganito kagandang katapusan." Tuloy-tuloy lang ang pagbati sa kaniya ng manager ng companya kung saan siya nagsusulat.

"Hindi naman po masamang sumubok ng iba, but I'm really happy that you like it Mr. Gulaiman," nakangiting aniya.

"Okay this is great, i will contact you nalang for the further announcement."

"Lilisan na ako Mr. Gulaiman, have a nice day." Ayon na lamang at tinungo niya na ang daan palabas ng opisina nito. Agad na sumalubing sa kaniya ang nakangiting Felix na animoy isang batang sabik sa aking sasabihin.

"Ano?" takang tanong nito.

"Anong ano?" aniya.

"Hows the story?"

"He loves it," nakangiting saad niya. Agad namang nagsisitalon sa tuwa si Felix at humakbang sa kinaroroonan niya, nabigla siya ng bigla siya nitong buhatin.

"Ho! Felix ibaba mo 'ko nakakahiya," pagrereklamo nito ngunit hindi natinag si Felix. Ilang segundo pa ay kusa siyang ibinaba nito.

"So...?" nananantiyang untag nito.

"So... What?" takang tanong niya. Ngumisi naman ito ng nakakaloko.

"Can i get the reward?"

"Anong reward?"

"Let's say, simple reward but, it will hurt you tight" anito.

"Hoy!" saad nito at lumayo sa kaniya.

"Why?" nakangusong anito.

Ngumiti naman siya ng nakakaloko

"Alright then, catch your reward if you can," aniya at mabilis na tumakbo papalayo rito.

"Run fast as you can, here i am!!" natatawang saad ni Felix bago sinimulang sundan ang nobya.

3 years ago...

"**AND** they live happily ever after." Nakangiti si Erika habang binabasa ang huling bahagi ng libro.

"Ate Erika, wala na po bang kasunod," wika ng batang nakapusod ang buhok.

"Hindi po ba sila nagkaanak ate Erika?" sabat naman ng isang batang lalaki na nakaitim.

"Isa pa po Ate Erika!" pagmamakawa ng isa.

"Isa pa! Isa pa! Isa pa!" lahat sila ay humihiling ng isa pang kwento. Andito siya ngayon sa isang children's charity. Nakasanayan na nilang dumalaw rito tuwing kaarawan ni Felix. Kasama nila ngayon si Emilia at ang nobyo nitong si Jake. Ilang taon narin ang lumipas simula ng manirahan siya kasama ni Felix sa iisang bubong. Naging masaya ang naging pagsasama nila. Isa na siya ngayong sikat na Author at meroon ng sariling publishing house. Sumunod naman sa yapak ng kaniyang ama si Felix na ngayon ay isa ng CEO sa sariling kumpanya ng kaniyang ama.

"Mga bata magsiupo muna tayo, pagpapahingain muna natin si ate Erika ah," wika ng isang madre.

"Mga bata sinong gusto ng kumain!?" masiglang ani Emilia.

"Ako po! Ako po! Ako po!" masisiglang sagot nila.

"Sige, umupo lang kayo riyan at ibibigay na namin ni kuya niyo Jake ang mga pagkain," anito at nagsimula nilang ipinamigay ang dala naming mga pagkain.

Tumayo siya mula sa pagkakaupo at tinungo ang kinalalagyan ngayon ni Felix na ngayon ay abalang nakikiusap sa mga madre.

"Maraming salamat uli sayo Sir. Felix," rinig kung pasasalamat nito kay Felix.

"Walang anuman po, masaya akong makatulong sa mga bata" sagot nito.

"Mauuna muna ako sir, aasikasuhin ko lang ang mga bata." Tanging tango nalang ang nagawa nito bago tuluyang umalis ang madre.

Maingat na humakbang si Erika patungo sa kinalalagyan nito. Niyakap niya ito palikod at ikinagulat naman ni Felix.

"Happy birthday sa pinaka the best na asawa in the whole world," nakangiting aniya.

"Thank you honey." Mabilis niya itong hinalikan sa labi. "Anong gift mo sakin?" pacute na tanong nito.

"Hulaan mo," tudyo niya.

"Masarap ba yan?" Nakangisi ito habang tinutusok ang tagiliran niya.

"Secret… Malalaman mo nalang mamaya." Magkahawak kamay silang nagtungo sa kinalalagyan ng mga bata. Ilang minuto rin ang ginugol nila para asikasuhin ang mga bata. Sabay silang lumabas kasama si Emilia at si Jake na nagtungo sa parking lot.

"Oh my god! Diba si Ate Erika Cortez 'yun," rinig nilang sigawan ng mga grupo ng babae sa tagiliran nila. Isa-isang lumapit ang mga ito dala ang kani-kanilang libro upang magpapirma kay Erika at kumuha ng litrato.

"Iba kana bes, artista ka na ngayon ah," tudyo ni Emilia.

"Baliw, hindi naman," sagot nito. At lahat sila ay nagtawanan. Magtutungo silang apat ngayon sa bahay ng mommy ni Felix dahil may kaunting salo-salo raw doon.

"HAPPY birthday to you, happy birthday to you. Happy birthday, happy birthday. Happy birthday my baby Felix," salubong ng kaniyang ina ng makarating silang apat sa bahay nito.

"Mom, may asawa na ako pero baby pa rin tawag mo sakin?" pagrereklamo niya.

"Magiging baby kita kahit maging ukluban ka pa," wika nito, "come, come. Marami akong niluto para sa inyo," pag-aalok nito.

Nasa kalagitnahan silang lahat sa pagkwekwentuhan ng biglang sumingit si Erika.

"'Meron lang akong gustong ipaalam sa inyong lahat," panimula niya at nakuha niya naman ang lahat ng atensyon, "gusto ko lang batiin ng maligayang maligayang kaarawan ang pinamaalalahanin at mapagmahal na asawa. Walang iba kundi si Felix. At ngayong araw na ito gusto kung ipaalam sa inyong lahat na magiging ama na siya!" Halos lahat sila ay nalaglag ang panga. Ngunit umingay ang lahat at naghiyawan ng masayang lumapit sakin si Felix. Halos maningkit ang mata niya.

"For real?" tanong nito at tumango naman ako.

"That's my boy!" sigaw ng kaniyang ama.

"Yes! Yes! Magiging daddy na ako."Masiglang sigaw niya, "I love you Erika."

"I love you too Felix." Nakangiti silang pareho kasama ang mga ngiti ng mga taong malalapit sa kanila. Parang isang kahapon lang ang lahat ngunit mananatiling ginto para sa kanilang lahat ang mga malulungkot at masayang pangyayaring naganap.

Nakangiti habang hinihimas ni Felix ang tiyan ni Erika.

"I will be a good father and husband to both of you," Muling naglapat ang mga labi nila kasama ang kasiyahan at pag-asa muli silang magsusulat ng maraming kabanata ng kanilang istorya hanggang marating ang huling pahina.

Lahat ng kwento'y may wakas, lahat ng bagay ay kumukupas. Hindi ako naniniwala sa 'happy ending' dahil lahat ng tao'y mapupunta sa alapaap. Ngunit masaya ako sa bawat kabanata ng ating kwento, kahit pa hindi natin batid kung magiging 'happy ending' ba ang ating dulo. Ako si Erika, nangangakong mamahalin ka hanggang sa huli kong hininga.

Wakas

www.ingramcontent.com/pod-product-compliance
Lightning Source LLC
LaVergne TN
LVHW041601070526
838199LV00046B/2089